Paxton at Bryn
Mga Influencer sa Social Media
Sa Niyebe!

Tagalog

Marcy Schaaf

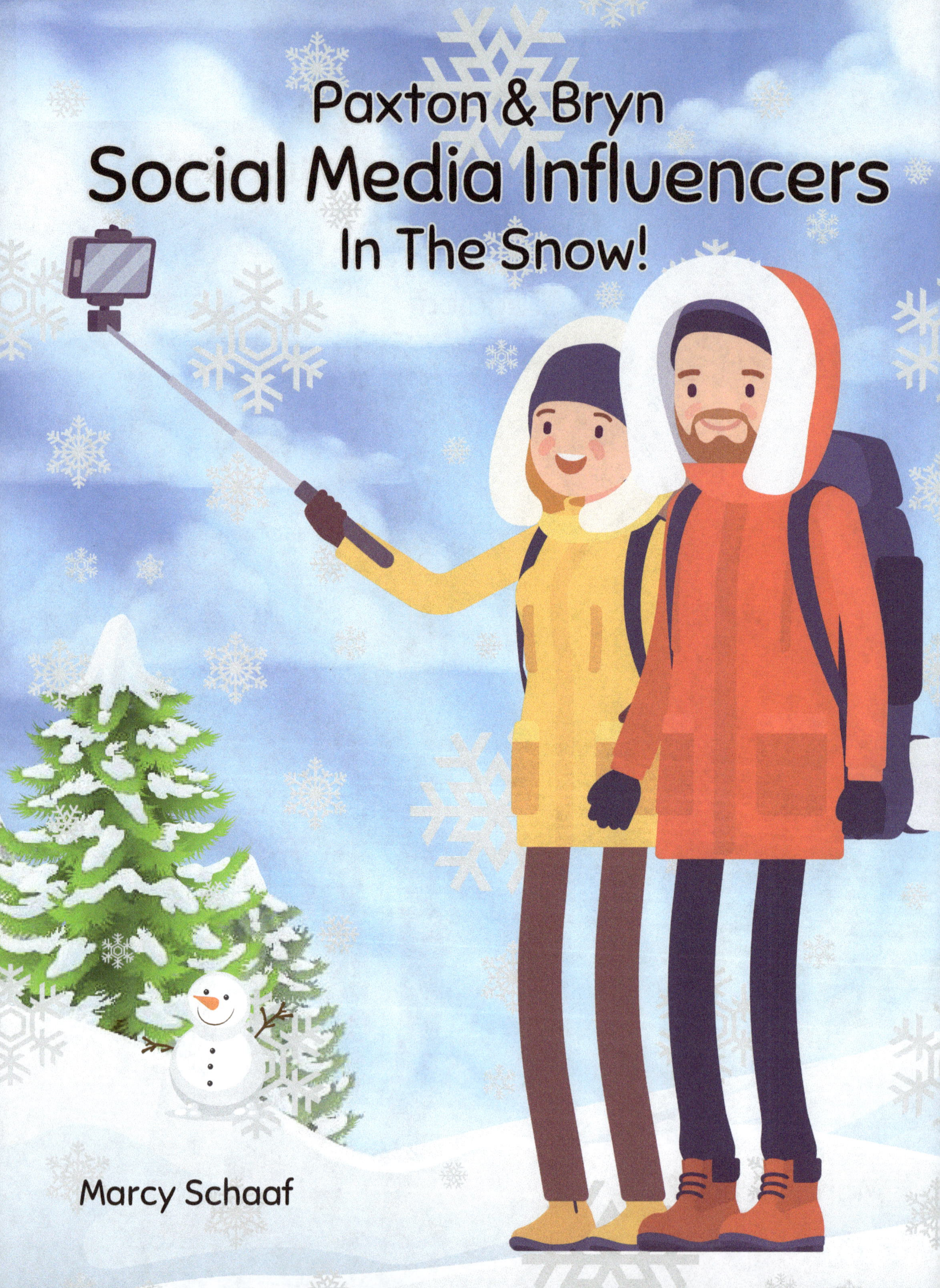

Paxton & Bryn
Social Media Influencers
In The Snow!
Marcy Schaaf

Meet Paxton and Bryn!
Paxton and Bryn are no ordinary adventurers.
They're social media influencers!

Every day they travel to wild exciting places and share their journeys with millions of followers. From snowy mountains to deep forests Paxton and Bryn love capturing every thrilling moment on camera giving their fans a front-row seat to their incredible adventures. With every post.

They inspire others to explore the world, try new things, and embrace the great outdoors.

Today they're headed into the snowy wilderness for their next big adventure—let's see what they get up to!

Kilalanin sina Paxton at Bryn!
Hindi ordinaryong adventurer sina Paxton at Bryn.
Mga influencer sila sa social media!

Araw-araw ay naglalakbay sila sa mga ligaw na kapana-panabik na lugar at ibinabahagi ang kanilang mga paglalakbay sa milyun-milyong tagasunod. Mula sa nalalatagan ng niyebe na kabundukan hanggang sa malalalim na kagubatan, gustong-gustong kuhanan nina Paxton at Bryn ang bawat kapanapanabik na sandali sa camera na nagbibigay sa kanilang mga tagahanga ng upuan sa harapan sa kanilang hindi kapani-paniwalang pakikipagsapalaran. Sa bawat post.

Nagbibigay sila ng inspirasyon sa iba na galugarin ang mundo, sumubok ng mga bagong bagay, at yakapin ang magandang labas.

Ngayon ay patungo sila sa ilang na niyebe para sa kanilang susunod na malaking pakikipagsapalaran—tingnan natin kung ano ang kanilang gagawin!

Paxton and Bryn packed up their gear,
excited for snowy fun and adventure!

Inihanda nina Paxton at Bryn ang kanilang mga gamit, excited para sa snowy fun at adventure!

They filmed a quick post:
"Off to the snowy wilderness!
Stay tuned for epic shots!"

Kumuha sila ng isang mabilis na post:
"Pumunta sa ilang na niyebe!
Manatiling nakatutok para sa mga epic shots!”

Paxton looked at the map.
"The perfect campsite is deep in the mountains!"

Tumingin si Paxton sa mapa.
"Ang perpektong campsite ay nasa malalim
na kabundukan!"

They zoomed off on snowmobiles, heading toward their remote snowy campsite.

Nag-zoom off sila sa mga snowmobile,
patungo sa kanilang liblib na snowy campsite.

Snow flew as they raced through the icy landscape, grinning the whole way!

Lumipad ang niyebe habang tumatakbo sila sa nagyeyelong tanawin, nakangiti sa buong daan!

When they arrived
they started building an igloo
to sleep in for the night.

Pagdating nila ay nagsimula silang gumawa ng isang igloo na matutulogan sa gabi.

They took a quick selfie with the igloo.
"Home for the night!"

Mabilis silang nag–selfie kasama ang igloo.
"Sa bahay para sa gabi!"

Next they drilled into the frozen lake hoping to catch some fish for dinner.

Sumunod ay nag–drill sila sa nagyeyelong lawa na umaasang makakahuli ng isda para sa hapunan.

Bryn caught a fish!
"Let's post this one—fresh dinner on ice!"
she laughed.

Nakahuli ng isda si Bryn!
"Let's post this one—fresh dinner on ice!"
tumawa siya.

With their fishing gear packed up.
They decided to climb a snowy mountain.

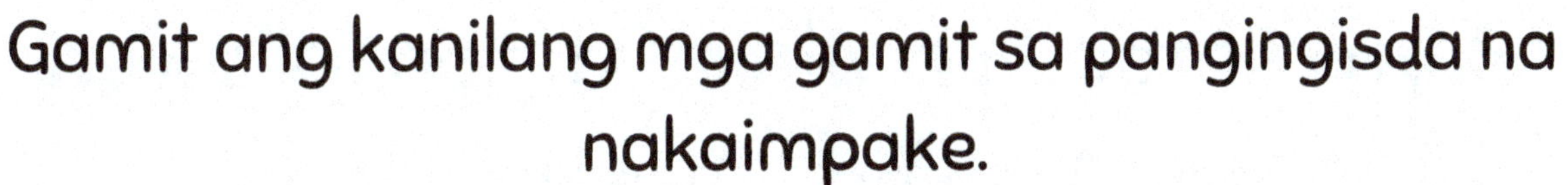

Gamit ang kanilang mga gamit sa pangingisda na nakaimpake.
Nagpasya silang umakyat sa isang bundok na nalalatagan ng niyebe.

Bryn climbed up while Paxton followed closely behind. "Almost there!"

Umakyat si Bryn habang nakasunod naman si Paxton sa likod. "Malapit na!"

At the top Bryn pulled out binoculars scouting the view. "Epic views alert!"

Sa itaas ay naglabas si Bryn ng mga binocular na tinitingnan ang tanawin. "Alerto sa mga epic view!"

They filmed a post from the summit.
"Best view ever—can you believe this?"

Kumuha sila ng isang post mula sa summit. "Pinakamagandang view ever—maniniwala ka ba dito?"

After soaking in the scene, they rappelled back down the mountain together.

Pagkatapos magbabad sa eksena, sabay silang nag-rappel pababa ng bundok.

Snow whooshed around them as they descended, laughing all the way.

Bumulong si Snow sa kanilang paligid
habang pababa sila, habang tumatawa.

Back at their campsite
they started a campfire to cook their fish.

Pagbalik sa kanilang campsite ay nagsimula sila ng campfire para magluto ng kanilang isda.

Bryn snapped a picture of the igloo in the
background. "Dinner with a view!"

Kinunan ni Bryn ng picture ang igloo sa background. "Hapunan na may tanawin!"

They grilled the fish over the fire chatting about their awesome day.

Inihaw nila ang isda sa apoy na nag-uusap tungkol sa kanilang kahanga-hangang araw.

"Hot cocoa time!" Paxton declared pulling out mugs for the perfect treat.

"Mainit na cocoa time!" Ipinahayag ni Paxton ang pagbunot ng mga mug para sa perpektong treat.

They filmed another post
cozied up by the fire.
"Best way to end a day!"

Nag–film sila ng isa pang post na cozied up ng apoy.
"Pinakamahusay na paraan para tapusin ang isang araw!"

The stars twinkled as they snuggled by the fire enjoying the quiet night.

Kumikislap ang mga bituin habang nakayakap sa apoy na ninanamnam ang tahimik na gabi.

"Can't wait for tomorrow's adventure!"
Bryn said with a big smile.

"Hindi makapaghintay para sa pakikipagsapalaran bukas!" Nakangiting sabi ni Bryn.

Inside their igloo they
prepped their sleeping bags
and warm blankets.

Sa loob ng kanilang igloo ay inihanda nila ang kanilang mga pantulog at mainit na kumot.

Paxton peered out the igloo.
"Wow, it's like our own snowy palace!"

Sinilip ni Paxton ang igloo.
"Wow, ito ay tulad ng aming sariling niyebe na palasyo!"

They shared a final post.
"Goodnight from our igloo!
Stay tuned tomorrow!"

Nagbahagi sila ng huling post.
"Goodnight from our igloo!
Abangan bukas!"

Snuggled into their sleeping bags they fell asleep to the sound of the wind.

Nakayakap sa kanilang mga sleeping bag ay nakatulog sila sa ingay ng hangin.

Tomorrow let's go snowshoeing
and make a snowman
Bryn whispered sleepily.

Bukas ay mag-snowshoeing tayo at gumawa ng isang snowman na bulong ni Bryn na inaantok.

"Goodnight snow" they whispered!
With more posts to share and
new adventures ahead.

The End

"Goodnight snow" bulong nila!
Na may higit pang mga post na ibabahagi at mga bagong pakikipagsapalaran sa hinaharap.

Ang Katapu san

Books By Schaaf

www.BookBySchaaf.com

Find us at: